KU-335-931

Naughty Spot! It's dinner time. Where can he be?

તોફાની ટીપુ! ખાવાનાનો સમય થયો છે.

એ કયાં હોઇ શકે?

Is he
behind
the door?

શું એ
દરવાજાની
પાછળ છે?

Is he
inside the
clock?

શું એ

ઘડિયાળની

અંદર છે?

Is he
in the
piano?

શું એ
પિયાનાની અંદર છે?

Is he
under the
stairs?

શું એ દાદરાની
નીચે છે?

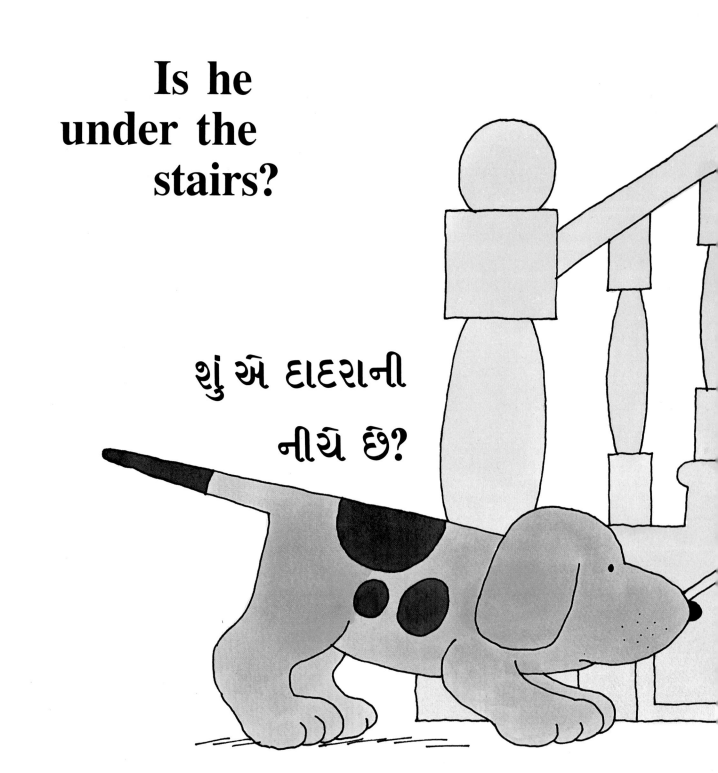

Is he
in the wardrobe?

શું એ
કબાટમાં છે?

Is he under the bed?

શું એ
ખાટલાની
નીચે છે?

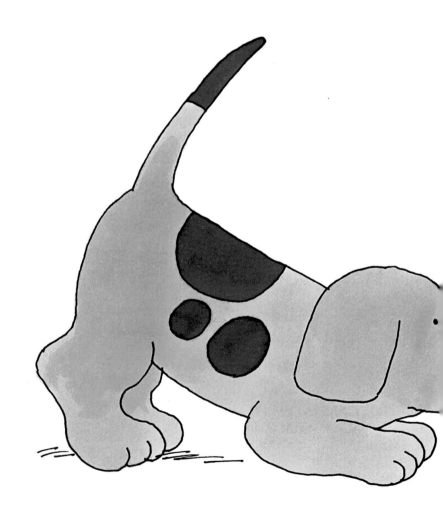

Is he in the box?

શું એ
ખોખામાં છે?

**There's Spot!
He's under
the rug.**

ત્યાં છે ટીપુ!
ગાલીચાની
નીચે!

Good boy, Spot.
Eat up your
dinner!

Sally

સેલી